भारतातील महापुरूष

जवाहरलाल नेहरू

रेनू सरन

डायमंड बुक्स

प्रकाशक : **डायमंड पॉकेट बुक्स (प्रा.) लि.**
X-30 ओखला इंडस्ट्रियल एरिया, फेज-II
नई दिल्ली-110020
फोन : 011-40712200
ई-मेल : wecare@diamondbooks.in
वेबसाइट : www.diamondbooks.in
संस्करण : 2025
मुद्रक : रेप्रो (इंडिया)

JAWAHARLAL NEHRU (MARATHI)
by : Renu Saran

अनुक्रमणिका

परिचय

पंडित जवाहरलाल नेहरू भारताचे पहिले पंतप्रधान होते. ते थोर स्वातंत्र्य सैनिक, खरे समाज सेवक आणि एक विद्वान राजकीय नेते होते. स्वातंत्र्य संग्रामातील त्यांचे अभूतपूर्व योगदान पाहून त्यांना स्वातंत्र्य भारताचा निर्माताही म्हणतात.

जवाहर लाल नेहरू ग्यंनी स्वातंत्र्य भारताच्या सामाजिक आणि लोकशाहीवादी राष्ट्राचा पाया घालण्यात महत्त्वाची भूमिका बजावली आहे. राष्ट्राच्या सर्वांगिंन विकासासाठी नेहरू यांनी अनेक कार्यक्रम आणि योजनांची ुसरूवात केली. याशिवाय धर्मनिरपेक्षता, सामाजिक न्याय आणि अलिप्ततावादी धोरण याद्वाने त्यांनी राष्ट्राचा आत्मा फुलविला आहे.

आधुनिक भारताच्या निर्माणासाठी जवहारलाल नेहरू यांनी योजना आयोगाचा पाया घातला. त्यांनी विज्ञान आणि तंत्रज्ञानाला चालना दिली. तसेच क्रमाने तीन पंचवार्षिक योजनांची सुरूवात केली. त्यांच्या धोरणामुळेच कृषी आणि औद्योगिक उत्पादनात उल्लेखनीय विकास झाला आहे.

स्वतंत्र भारताचे परराष्ट्र धोरण तयार करण्यातही नेहरूची भूमिका खूप महत्त्वाची राहिली आहे. टीटो आणि नासीर यांच्यासोबत अलिप्तता वादी आंदोलनाचे नेहरू प्रणेते राहिले

आहेत. कोरिया युद्धाला थांबविण्यातही नेहरूजींनी एक सकारात्मक मध्यस्थाची भूमिका साकारली.

इतर अंतरराष्ट्रीय समस्यांवरही तोडगा काढण्यात त्यांचे योगदान राहिले आहे. या अंतरराष्ट्रीय समस्यांमध्ये सुवेझ कालवा आणि कांगोचा मुद्दा प्रमुख आहे. त्यांनी परस्पर सहकार्य आणि विशेष क्षेत्रात जीवीत आणि मालमत्तेचे रक्षण करण्यासाठी भारताची सेवा सादर केली. पश्चिमी बार्लिन, ऑस्ट्रेया, आणि लाओसच्या ज्वलंत मुद्यावर तोडगा काढण्यासाठी त्यांनी पडद्यामागे महत्त्वाची भूमिका बजावली.

नेहरूजी फक्त भारताचेच लाडके नेते नव्हते तर ते एक अंतरराष्ट्रीय पातळीवरचे नेते होते.

नेहरूजी इंग्रजीतील विद्धान लेखक होते. त्यांनी अनेक पुस्तकांचे लेकन केले. त्यपैकी प्रमुख आहेत, **दि डिस्कव्हरी ऑफ इंडिया, ग्लिम्पसेज ऑफ वर्ल्ड हिस्ट्री. तसेच त्यांचे आत्मचरित्र टुअर्डस फ्रीडम** (१९३६) याचूंया तर पहिल्याच वर्षी नऊ आवृत्त्या प्रकासित झाल्या. राष्ट्रासाठी नेहरून यांनी केलेले काम लक्षात घेऊन १९५५ साली त्यांना 'भारत रत्न' देण्यात आला. मुले त्यांना 'चाचा नेहरू' या नावाने ओळखत असत. आजही त्यांचा जन्म दिवस १४ नोव्हेंबर रोजी 'बाल दिन' म्हणून साजरा केला जातो. नेहरूजी मुलांना राष्ट्राचे भवितव्य समजत असत.

नेहरूजींचे पूर्वज

जवाहरलाल नेहरू काश्मिरी ब्राह्मण होते. त्यांचे पूर्वज काश्मिरमधून आले होते. मोतिलाल नेहरू यांचे पणजोबा पंडित राज कौल हे संस्कृत आणि पर्शियनचे महा विद्वान होते. ते १७१६ मध्ये काश्मिरमधून दिल्लीला आले. १८५७ च्या पहिल्या स्वातंत्र संग्रामाच्या वेळी नेहरू परिवाराला कठीण परिस्थितीत आपले दिल्ली येथील निवासस्थान सोडावे लागले. अशा वेळी नेहरू परिवार दिल्लीहून आग्र्याला आला.

दिल्लीत असताना मोगल बादशहा फर्रुखशियर यांने त्यांच्या विद्वतेचा सन्मान केला. त्यांना दरबारात मानाचे स्थान आणि जहागिरीही दिली. हरियाणामध्ये यमुना नदीवर एक कालवा बांधण्यात आला होता. जो लाल किल्ल्यातील शाही हमामातून जात होता.

त्या शाही कालव्याच्या काठावर पडिंत राज कौल यांना एक शानदार निवासस्थान देण्यात आले होते. शाही नहर (कालवा) च्या काठावर वसलेल्या या हवेलीत राहत असल्यामुळे पंडित राज कौल यांना पडिंत राज 'नेहरू' म्हटले जाऊ लागले. त्यानंतर 'नेहरू' हे भारताच्या इतिहासातील एक महत्त्वाचे नाव झाले.

वडील मोतीलाल नेहरू

पंडित मोतीलाल नेहरू एक प्रसिद्ध वकील आणि राजकीय तज्ज्ञ होते. त्यांचा जन्म ६ मे १८६१ रोजी झाला. मोतीलाल यांचे बालपण राजस्थानमधील खेतडी येथे गेले. तिथे त्यांचे मोठे भाऊ नंदलाल दिवाण होते. १८७० साली नंदलाल यांनी खेतडी सोडली. त्यांनंतर त्यांनी वकिलीची परीक्षा पास केली आणि आग्र्यात प्रक्टिस सुरू केली. नंतर आग्रा येथे असलेले उच्च न्यायालाय अलहाबाद येथे स्थलांतरीत करण्यात आले. त्यामुळे नंदलालही अलाहाबादला आले.

मोतिलाल आपल्या मोट्या भावाची वकिली पाहून प्रभावित झाले आणि त्यांनीही वकिल होण्याचा निश्चय केला. त्यांनी अलहाबाद उच्च न्यायालयाची वकिलीची परीक्षा पहिल्या वर्गात पास केली. या परीक्षेत त्यानी सुवर्ण पदकही पटकावले. त्यानंतर मोतीलाल यांनी आपले मोठे भाऊ नंदलाल यांच्यासोबत वकिली सुरू केली. दुर्दैवाने थोड्याच दिवसात नंदलाल यांचे निधन झाले. आता कुटुंबाची सर्व जबाबदारी मोतीलाल यांच्यावर येऊन पडली. ती त्यांनी अतिशय चांगल्य प्रकारे पार पाडली.

१४ नोव्हेंबर १८८९ मध्ये मोतिलाल यांची पत्नी स्वरूप

राणी यांनी एका मुलाला जन्म दिला. त्याचे नाव जवाहरलाल ठेवण्यात आले. नंतर त्यांना दोन मुली सरूप (विजया लक्ष्मी पंडित) आणि कृष्णा (कृष्णा हाठीसिंग) झाल्या. सरूप हिचा जन्म १९०० साली तर कृष्णाचा जन्म १९०७ मध्ये झाला. १९०० साली मोतीलाल यांनी अलाहाबाद यथे एक घर खरेदी केले. त्यांनी त्या घराचे पुनर्निमार्णण करून घेतले. त्याचे नाव 'आनंद भुवन ' ठेवले.

मोतिलाला यांचा जीवनविषयक दृष्टिकोन व्यवहार्य आणि धाडसी होता. ते एक हुशार बॅरिस्टर, महान वक्ते आणि महान व्यवस्थापक होते. गांधीयुगात भारतीय राष्ट्रीयत्वाच्या प्रमुख व्यक्तीमध्ये मोतीलाल यांचे नाव आदराने घेतले जाते. ६ फेब्रुवारी १९३१ साली मोतीलाल यांचे निधन झाले.

कुटुंब आणि बालपण

मोतिलाल नेहरू आणि स्वरूप राणी यांचे पहिले मूल जवाहरलाल होते. मोतीलाल नेहरू एक यशस्वी व्यक्ती होते. समाजात त्यांची चांगली ओळख होती. ते एक यशस्वी बॅरिस्टर होते. जवहरलाल त्यांचा एकुलता एक मुलगा होता. विजयालक्ष्मी पंडित आणि कृष्णा पंडित या त्यांच्या दोन मुली होत्या. त्यांच्या कुटुंबात मुले मुली असा काहीही भेदभाव केला जात नसे. त्या

सर्वांना चांगले शिक्षण आणि अनेक प्रकारच्या सुविधा पुरविण्यात आल्या. या तिघांचेही बालपण अतिशय सुखात आणि समृद्धीत व्यतीत झाले. त्यांच्या घरात स्वीमिंग पूल आणि टेनिस कोर्टही होते जवाहरलाल नेहरू आरामशीर जीवन जगत असत.

घरातील शिक्षण

आपल्या मुलांचे पालन पोषण करताना त्यांचे शिक्षण आणि इतर बाबींकडे त्यांनी कधीच दुर्लक्ष केले नाी. त्यांचे बालपण आनंदात जावे यासाटी ते सदैव तयार रहात असत. त्यांनी आपल्या मुलांना पाश्चात्य आणि ग्रिंजी शिक्षण देण्यावर अधिक भर दिला. जवाहरलाल नेहरू यांना सुरूवातीचे शिक्षण देण्यासाठी घरीच एक इंग्रजी गर्व्हनेस ठेवण्यात आली. या मुलांना हिंदी आणि संस्कृतचेही शिक्षण दिले जात असे. तिन्ही मुलांना चांगले इंग्रजी बोलता यावे यासाठी त्यांचा चांगला सराव करून घेण्यात आला. औपचारिक शिक्षणाशिवाय जवाहरलाल नेहरू यांना बालपणी इंग्रजी वागण्याची पद्धत आणि संस्कारही शिकविण्यात आले. नेहरू कुटुंबियाचे कपडेही इंग्रजी पद्धतीचे असत. घरात औपचारिक शिक्षण पूर्ण झाल्यावर त्यांना अलहाबाद येथील एका कॅन्व्हेट स्कूलमध्ये शिक्षणासाठी दाखल करण्यात आले. पंधराव्या वर्षी ते शिक्षणासाठी हॅरो येथे शिक्षण घेण्यासाठी ते इंग्लंडला गेले.

नेहरूंचे कुटुंब श्रीमंत, शिक्षित आणि कर्मनिष्ठ होते. त्यांच्या जीवनावर त्यांच्या कुटुंबाचा गाढ परिणाम झाला होता. नेहरूंच्या आईने त्यांना काही कठोर हिंदू रिती रिवाज शिकवून तरूण नेहरूना प्रभावित करण्याचा प्रयत्न केला, पण त्यांना त्यात यश आले नाही.

काळजी घेणारे वडील मोतीलाल

मोतीलाल आपल्या मुलाच्या हालचालीकडे बारकाईने लक्ष ठेवून असत. इतकेच नाही तर नेहरू जेव्हा परदेशात शिक्षण घेत होते तेव्हाही मोतीलाल त्यांच्याशी गप्पा गोष्टी करीत असत. ते त्यांना प्रवाक, शिक्षण आणि इतर हालचालीबाबत विचारत असत. परदेशात शिक्षण पूर्ण केल्यावर नेहरू यांनी वडिलांच्या मदतीने आपल्या करिअरला सुरूवात केली. काही दिवसांतच त्यांनीही आपल्या व्यवसायात नाव आणि प्रतिष्ठा मिळविली.

काही भेदभाव नाही

ज़वाहरलाल नेहरू यांच्या कुटुंबाचे एक वैशिष्ट्ये होते की त्यांच्या घरी जाती धर्मात कोणताही भेद भाव केला जात नसे. 'आनंद भूवन' मध्ये प्रत्येक वर्गातील प्रत्येक जाती आणि धर्माच्या लोकांचे स्वागत सारख्याच प्रकारे केले जात असे. या कुटुंबात दुसऱ्या जाती आणि धर्माचे अनेक नोकर होते. 'आनंद भवन'

चे दरवाजे सर्वांसाठी उघडे असत.

जवाहरलाल नेहरू यांच्या कुटुंबातील दुसरी महत्त्वाची बाब म्हणजे प्रत्येक कार्यात त्यांच्या बहिणीचांही सक्रिय सहभाग असे. घरातील एखादी बाब असो, की राजकारण त्यात विजयालक्ष्मी पंडित आणि कृष्णा पंडित यांचा सक्रिय सहभाग असे. त्या नेहरूंना पाठिंबा देत असत. नेहरू यांच्या जीवनावर त्यांचा गंभीर परिणाम झाला होता.

शिक्षण

जवाहरलाल नेहरू यांना एका इंग्रजी गर्व्हनेसने प्राथमिक शिक्षण दिले. खूप लहान वयातच जवाहरलाल यांना इंग्रजी बोलायला शिकविण्यात आले होते. त्यांनी ब्रिटिश राज्यातील पंरपराचाही अभ्यास केला.

जवाहरलाल यांचे पालन पोषण एका इंग्रजी मुलासारखे झाले. अर्थात काही विद्वान ब्राह्मण त्यांना हिंदी आणि संस्कृतही शिकवित असत. पण त्यात त्यांना फार मोठे यश मिळाले नाही.

त्यामुळे त्यांना सुरूवातीला सेंट मेरी कॉन्व्हेट स्कूलमध्ये पाठविण्यात आले. या शाळेतील वातावरण मोतिलाल नेहरू यांना चांगले वाटले नाही. त्यामुळे सहा महिन्यातच त्यांना या शाळेतून काढण्यात आले. नंतर त्यंना घरीच शिकविण्यात आले.

आपल्या वडिलांच्या एका मुन्शीकडून ते 'अरेबियन नाईटस' मधील कथा ऐकत असत. इतर स्त्रोतांकडून त्यांनी १८५७ आणि १८५८मधील घटनांचीही माहिती मिळविली. आपल्या आई कडून त्यांनी रामायण आणि महाभारतातील कथा ऐकल्या.

रेसिडेन्ट ट्युटर

जवाहरलाल नेहरू अकरा वर्षांचे झाल्यावर त्यांना घरी शिकविण्यासाठी ट्युटर नेमण्यात आले. त्यांचे नाव फार्डिनेंण्ड टी ब्रुक्स होते. त्याची शिफारस ॲनि बेझंट यांनी केली होती. १९०१ ते १९०४ या काळात ब्रुक्स यांनी जवाहर यांना शिक्षण दिले. शिक्षणाशिवायही ब्रुक्स यांचा जवाहरलाल यांच्यावर खूप प्रभाव पडला होता. ब्रुक्सशिवाय इतरांकडून जवाहरलाल नेहरू हिंदी आणि संस्कृतही शिकत होते, पण या भाषा आणि त्यांच्या व्याकरणावर जवाहरलाल यांना काही पकड मिळविता आली नाही. कदाचित दुसरे ट्युटर जवाहरलाल यांच्यावर त्यामुळेच आपला जास्त प्रभाव पाडू शकले नाहीत. त्यांना कविता खूप आवडत असत.

हॅरो आणि केंब्रिजमध्ये

१३ व्या वर्षी जवाहरलाल नेहरू यांनी थिओसोफिकल सोसायटीचे सदस्यत्व मिळवून त्यांच्यासाठी काम करायला सुरूवात

केली. यावेळी जवाहरलाल यांच्यावर ॲनि बेझंट आणि ब्रुक्स यांचा खूप प्रभाव होता. जवाहरलाल यांनी बनारस येथे झालेल्या थिओसोफिकल अधिवेशनात भाग घेतला.

आपल्या मुलाला चांगले इंग्रजी शिक्षण देण्याची मोतीलाल यांची इच्छा होती. आपल्या मुलाने 'भारतीय सिव्हिल सेवे" ची परीक्षा चांगल्या प्रकारे उत्तीर्ण करून एक उच्चाधिकारी म्हणून काम करावे, अशी त्यांची इच्छा होती. याच कारणामुळे त्यांनी जावाहरलाल यांना शिक्षणासाठी 'हॅरो' येथे पाठविले. ही इंग्लंडमधील उच्च वर्गियांची शाळा होती. जवाहरलाल नेहरू यांनी सहा वर्षे हॅरो आणि केंब्रिज येथे शिक्षण घेतले.

तरूण जवाहरलालचे मन हॅरोमध्ये रमत नव्हते. त्यांना या शाळेतील अभ्यासक्रम अवघड आणि राहण्याची स्थिती असाह्य होत होती.

शाळेच्या नियमानुसार शाळेतील सर्व विद्यार्थ्यांना रोज थंड पाण्याने स्नान करावे लागत असे. शालेय शिक्षण पूर्ण केल्यावर १९०७ साली नेहरू यांनी केंब्रिज विद्यापीठाची प्रवेश परीक्षा पास केली आणि त्या विद्यापीठात प्रवेश मिळविला.

त्या काळात युरोपातील वातावरण समाजवादी आणि उदारवादी होते. समाजवादी आणि उदारवादी धोरणामुळे

जवाहरलाल खूप प्रभावित झाले होते.

जवाहरलाल नेहरू यांच्या सुरूवातीच्या शिक्षणाचा त्याच्या नंतरच्या जीवनावर खूप गंभीर परिणाम झाला.

विवाह

१९१६ साली जवाहरलाल नेहरू यांचा विवाह कमला यांच्याशी झाला. कमला नेहरू या दृढ इच्छाशक्ती असलेल्या शूर महिला होत्या. त्यांनी स्वातंत्र्य संग्रामात जवाहरलाल यांच्या खांद्याला खांदा भिडवून काम केले.

जवाहरलाल नेहरू याचे वैवाहिक जीवन फार सुखी राहिले नाही. ते हॅरोमध्ये शिक्षण घेत असतानाच त्यांच्यासाठी एक योग्य मुलगी शोधण्याचा निर्णय त्यांच्या आई वडिलांनी घेतला. त्यांनी आपले संशोधन सुरू ठेवले आणि त्यांना दिल्ली निवासी तसेच चांगल्या शील आणि स्वभावाची कमला पसंत पडली. ती एका मध्यमवर्गीय काश्मिरी ब्राह्मण कुटुंबातून आलेली होती. त्या वेळी तिचे वय तेरा वर्षांचे होते. ती एक सुशिक्षित आणि शालीन मुलगी होती. तिला हिंदी आणि उर्दूचे चांगले ज्ञान होते. अर्थात तिचे शिक्षण घरीच झाले होते. कमला १७ वर्षाची झाल्यावर फेब्रुवारी १९१६ मध्ये त्यांचा जवाहरलाल यांच्याशी विवाह झाला.

१९१७ साली जवाहरलाल आणि कमला नेहरू यांना एक मुलगी जाली. तिचे नाव त्यांनी इंदिरा प्रियदर्शनी ठेवले.

काही वर्षानंतर कमला नेहरू यांना टीबीचा आजार झाला. देश विदेशातील अनेक इस्पितळात त्यांच्यावर उपचार करण्यात आले. पण काही विशेष फायदा झाला नाही. शेवटी १९३६ साली त्यांचे निधन झाले.

भारतात परत

इंग्लंडमध्ये शिक्षण घेऊन जवाहरलाल भारतात परत आले तेव्हा त्यांना भारतातील वातावरण एकदम निष्क्रिय वाटत होते. १९१२ साली बाराबंकी येथे झालेल्या कॉंग्रेस अधिवेशनात जवाहरलाल नेहरू यांनी स्वंयसेवक म्हणून काम केले. हे अधिवेशन म्हणजे फक्त उच्च वर्गियांचा एक कार्यक्रम असल्याचे तिथे त्यांना जाणवले. ही राजकीय बैठक कमी आणि सामाजिक महोत्सव अधिक असल्याचे त्यांना जाणवले. जन सामान्यांना त्याच्याशी काहीही घेणे देणे नव्हते. त्यामुळे जवाहरलाल खूप निराश झाले.

सुरूवातीच्या काळात लोकांसमोर बोलताना जवाहरलाल नेहरू यांना संकोच वाटत असे. १९१५ साली पहिल्यांदा अलहाबाद येथे प्रेस ॲक्टचा विरोध करण्यासाठी त्यांनी जाहीर भाषण

केले. हे भाषण थोडक्यात आणि इंग्रजीत होते.

१९१६ साली लखनौ येथील काँग्रेस अधिवेशनात पहिल्यांदा जवाहरलाल नेहरू यांची महात्मा गांधीजींशी भेट झाली. महात्मा गांधी यांनी सुरू केलेल्या सत्याग्रह आंदोलनाचे जवहारलाल एक अधिकारिक कार्यकर्ता होते.

पहिला तुरूंग प्रवास

१९२१ साली प्रिंस ऑफ वेल्सचा भारत दौरा झाला. हा कॉंग्रेससाठी स्वतःला अहिंसकवादी संघटना म्हणून सादर करण्याची एक सोनेरी संधी होती. देशव्यापी हरताळ नियोजितरित्या आपण हाताळू शकतो, हे यावेळी काँग्रेसला दाखवून द्यायचे होते. दुसऱ्या बाजूला प्रिंस ऑफ वेल्स समोर आपण शिस्तबद्ध असल्याचे इंग्रज सरकारला दाखवून द्यायचे होते. याच कारणामुळे प्रशासनात धावपळ उडाली होती आणि काँग्रेस कार्यकर्त्यांना अटक केली जात होती. या वेळेपर्यंत संपूर्ण देशात सत्याग्रह आगीसारखा पसरला होता.

तरूण जवाहरलाल या वेळेपर्यंत काँग्रेस कार्यकर्ते म्हणून खूप लोकप्रिय आणि सक्रिय झाले होते. ते 'उत्तर प्रदेश व्हॉलेन्टियर बोर्ड' चे संयोजक आणि सचिव होते. उत्तर प्रदेशातील स्वंयसेवी

संस्थाना बेकायदेशीर घोषीत करण्यात आले होते. या कारवाईशी संबंधित असल्यामुळे जवाहरलाल नेहरू आणि त्यांचे वडील मोतिलाल यांना अटक करण्यात आली होती. जवाहरलाल नेहरू यांना सहा महिन्यांचा साधा तुरूंगवास आणि शंभर रुपये दंडाती शिक्षा ठोठावण्यात आली होती. तुरूंगात गेल्यावर त्यांना आणखी एका महिन्याची शिक्षा ठोठावण्यात आली. अशा प्रकारे ते पहिल्यांदा तुरूंगात गेले.

तुरूगातून बाहेर आल्यावर जवाहरलाल नेहरू यांनी स्वातंत्र्य आंदोलनात सर्व सामर्थ्यानिशी उडी घेतली. तुरुंगवासाने त्यांना पहिल्यापेक्षा अधिक लोकप्रिय केले. आता ब्रिटीश सरकारची त्यांच्यावर प्रत्येक क्षणी नजर असायची.

स्वातंत्र्य आंदोलनातील भूमिका

भारताच्या स्वातंत्र्य आंदोलनात जवाहरलाल नेहरू यांचे स्थान विशेष स्वरूपाचे आहे. भारताच्या स्वातंत्र्य आंदोलनात त्यांनी अतिशय महत्त्वाचे योगदान दिले आहे. १९१६ साली लखनो येथे भरलेल्या कॉंग्रेसच्या अधिवेशनात त्यांचा सक्रिय सहभाग होता. त्यावेळी कॉंग्रेसमधील 'जहाल' आणि 'मवाळ' या दोन्ही गटांनी 'स्वराज्या' च्या मागणीवर आपली सहमती व्यक्त केली

होती.

१९२६ साली नेहरू आपल्या कुटुंबासह युरोपात फिरण्यासाठी गेले. तिथे त्यांची भेट वेगवेगळया विचारांच्या लोकांशी झाली. त्यातील काही लोक समाजवादी, काही कम्युनिस्ट तर काही क्रातिकारक विचारांचे होते. तेथील अर्थव्यवस्थेमुळे नेहरू खूप प्रभावित झाले होते. आपल्या देशातही अशाच प्रकारची अर्थव्यवस्था स्थापन करण्याची त्यांची इच्छा होती. तिकडून परत आल्यावर १९२९ साली त्यांची कॉंग्रेसचे अध्यक्ष म्हणून निवड करण्यात आली.

राजकारण हा नेहरूंचा जन्मजात गुण होता. त्यांचे वडील प्रसिद्ध कॉंग्रेस कार्यकर्ते होते. मोतीलाल यांनी दीर्घकाळ स्वातंत्र्य आंदोलनात सहभाग नोंदविला. इंग्लंडवरून परत आल्यावर जवाहरलाल थेट राजकारणात ओढले गेले.

मोतिलाल आणि त्यांचे सर्व कुटुंबिय गांधीवादी विचारांचे होते. जवाहरलाल नेहरू यांनी संपूर्ण भारत भ्रमण केले. देशाच्या प्रत्येक भागात त्यांचे अतिशय उत्साहाने स्वागत करण्यात आले. त्यामुळे त्यांच्यात नवीन आत्मविश्वास जागृत झाला. त्यांनंतर त्यांनी भारताच्या स्वातंत्र्य संग्रामात स्वतःला पूर्णपणे झोकून देण्याचा त्यांनी निर्णय घेतला.

नेहरू आणि असहकार आंदोलन

१९२० साली असहकार आंदोलन सुरू झाले. ते सत्याग्रहावर आधारित होते. नेहरूंनी या आंदोलनात सक्रिय सहभाग घेतला. अशा प्रकारे स्वातंत्र्य संग्रमाशी त्यांच्या संलग्न होण्यातील सर्वात मोठी घटना होती. बिगर सरकारी कारवाईच्या आरोपाखाली नेहरूंना अटक करण्यात आली. काही महिन्यानंतर त्यांची तुरूंगातून सुटक करण्यात आली.

तुरूंगातून बाहेर आल्यावर एक शक्तिमान कॉंग्रेसचा नेता अशी त्यांची प्रतिमा तयार झाली.

नेहरू आणि सविनय कायदेभंग

१९२९ साली झालेल्या कॉंग्रेसच्या राष्ट्रीय अधिवेशनाचे भारतीय स्वातंत्र्य संग्रामाच्या इतिहासात आणि नेहरू यांच्या राजकीय जीवनात अतिशय महत्त्वाचे स्थान आहे. या अधिवेशनात वयाच्या चाळीसाव्या वर्षी नेहरू यांची कॉंग्रेसचे अध्यक्ष म्हणून निवड करण्यात आली. लाहोर अधिवेशनाच्या व्यासपीठावरून त्यांनी 'संपूर्ण स्वराज्य' मिळविण्याचे ध्येय जाहीर केले. १९३० साली त्यांना पुन्हा अटक करण्यात आली. हा तुरूंगवास त्यांच्यासाठी सर्वात दीर्घ स्वरूपाचा होता.

सायमन कमिशन

पुढील कायदेशीर सुधारणा करण्यासाठी भारत तयार आहे की नाही याची पाहणी करण्यासाठी सायमन कमिशन नियुक्त करण्यात आले होते हे कमिशन पूर्णपणे ब्रिटिश होते. त्यामुळे त्याच्या नियुक्तीवर अनेक आक्षेप घेण्यात आले होते. या कमिशनचे अध्यक्ष सर जॉन सायमन होते. त्यांना इतर सदस्यांसह भारत दौऱ्याच्या वेळी खूप वाईट परिस्थितीचा सामना करावा लागला. त्या काळात पूर्ण देशात हरताळ पुकारण्यात आला होता. 'सायमन कमिशन परत जा' अशा घोषणा दिल्या जात होत्या.

सायमन कमिशन लखनौला आले तेव्हा त्यावर बहिष्कार घालण्याची जवाहरलाल तयारी करीत होते. बहिष्कार समितीने प्रशासनाकडे मोर्चा काढण्यासाठी परवानगी मागितली होती. ते आपला मार्ग बदलतील या अटीवर त्यांना मोर्चासाठी परवानगी देण्यात आली. मोर्चाच्या व्यवस्थापकांनी प्रशासनाला सांगितले की इतक्या कमी वेळात मोर्चाचा मार्ग बदलला जाऊ शकत नाही. त्यानंतर मोर्चाने ठरलेल्या मार्गावरून पुढे जाण्यासाठी आगेकूच करताच पोलिसांनी त्यांच्यावर लाठी हल्ला करायला सुरूवात केली. हे सर्व जवाहरलाल याच्या नेतृत्वाखाली होत असल्याचे पोलिसांचे म्हणणे होते. जवाहरलाल यांनी जेव्हा मोर्चा

SIMON COMMISSION
GO BACK
GO BACK

पुढे नेण्याचा प्रयत्न केला तेव्हा पोलिसानी लाठी मार करून गर्दीला पांगविण्याचा प्रयत्न केला. जवाहरलाल जखमी झाले. इतके झाले तरीही हा मोर्चा मागे हटायला तयार नव्हता. इतक्यात गोंविद वल्लभ पंत यांच्या नेतृत्वाखालील दुसरा गटही तिथे आला. त्यामुळे तिथे खूप गर्दी झाली. अशा प्रकारे मग पोलिसांना मजबूर होऊन जवाहरलाल यांना त्यांचा मोर्चा नियोजित मार्गावरून पुढे नेऊ द्यावा लागला. तसेच जवाहरलाल आणि काही निवडक लोकांना सायमन कमिशनची भेट घेण्यासाठी परवानगी द्यावी लागली.

जवाहरलाल नेहरू यांच्यावर झालेल्या लाठी हल्ल्याच्या बातमीने संपूर्ण देशात संतापाची लाट उसळली. ज्या पोलिसांनी जवाहरलाल यांच्यावर लाठी चार्ज केला त्यांना हे माहीत नव्हते की ही व्यक्ती पुढे जगाच्या इतिहासात शांतीदूत म्हणून समोर येणार आहे.

नेहरू आणि शेतकरी आंदोलन

१९३० साली मिठाचा सत्याग्रह सुरू झाल्यावर उत्तर प्रदेशात पंडित नेहरू यांनी संघटित स्वरूपात शेतकरी आंदोलन सुरू केले. या शेतकरी आंदोलनामुळे सविनय कायदेभंगाच्या चळवळीला खूप मोठी शक्ती मिळाली. शेतकऱ्यांमध्ये जागृती

निर्माण करण्यात या आंदोलनाला चांगले यश मिळाले. जमिनदार, तालुकदार, पोलीस आणि प्रशासकीय अधिकारी यांच्याबद्दल शेतकऱ्यांच्या मनात असलेली भीती या आंदोलनाने खूप मोठ्या प्रमाणात कमी केली. एकदा शेतकरी जागृत झाल्यावर जमिनदार आणि इतरांकडून त्यांच्यावर करण्यात येणाऱ्या अन्यायातही कमी झाली. जमिनदारी पद्धती मोडून काढण्याचा पाया या आंदोलनाने घातला.

नेहरू आणि स्वातंत्र्य संग्रामातील अखेरचे दिवस

१९३५च्या 'दि गर्व्हनमेंट ऑफ इंडिया ॲक्ट' नुसार राष्ट्रव्यापी निवडणुकीची घोषणा करण्यात आली. खरं तर थेट स्वरूपात नेहरू काही ही निवडणूक लढवित नव्हते; पण त्यांनी या निवडणुकीत जोरदार प्राचार केला. महात्मा गांधी हळूहळू राजकीय हालचालीपासून स्वतःला वेगळे ठेवण्याचा प्रयत्न करीत होते. त्यांचे लक्ष आपल्या अनुयायांचा अध्यात्मिक विकास करण्यावर लागले होते. कॉंग्रेसमध्ये नेहरूची प्रतिमा पहिल्यापेक्षा जास्त मोठी झाली होती. ते १९३६ आणि १९३७ साली सतत कॉंग्रेसचे अध्यक्ष झाले.

दुसरी गोलमेज परिषद अपयशी झाली. गांधीजींनी १९४२ साली 'भारत छोडो' आंदोलन सुरू केले. या आंदोलनात सक्रिय स्वरूपात सहभागी झाल्याबद्दल नेहरू आणि इतर कॉंग्रेस नेत्यांना अटक करण्यात आली होती. १९४५ साली नेहरूंची सुटका

करण्यात आली. या वेळेपर्यंत दुसरे महायुद्ध संपले होते. ब्रिटनमध्ये नवीन लेबर सरकारची सत्ता स्थापन झाली होती. ब्रिटनमधील नवीन सरकार भारताला दीर्घकाळापासून अपेक्षित असलेले स्वातंत्र्य द्यायला तयार झाले होते. अर्थात १९४५ साली होणाऱ्या सार्वत्रिक निवडणुकीचे निकाल येईपर्यंत थांबा आणि वाट पहा धोरण अवलंबित होते.

पुन्हा एकदा नेहरू सर्व हालचालींच्या केंद्रस्थानी आले होते. त्यांना अटक करण्यात आली होती. जिना यांनी टक्केवारी नुसार साप्रंदायिक मतदारसंघ सादर केले होते. नेहरू यांनी जीना यांचा प्रस्ताव स्वीकारयाला नकार दिला होता. त्यामुळे फाळणी नक्की झाली होती. भारताच्या स्वातंत्र्यासाठी नेहरू यांनी केलेला संघर्ष आता सफलतेच्या टोकावर आला होता. काम अजून संपले नाही, याची त्यांना पुरेपूर जाणीव होती.

नेहरू आणि काँग्रेस

पंडित जवाहरलाल नेहरू आणि भारतीय राष्ट्रीय काँग्रेस यांचे नाते खूप जवळचे होते. हे नाते चार दशक इतके दीर्घकाळ चालले. अधिकारिक स्वरूपात नेहरूंचा काँग्रेसशी संबंध १९१९ साली आला. यावेळी त्यांची मुलगी अवघी दोन वर्षांची होती आणि त्यांना इंग्लंडवरून परत येऊन अवघी चार वर्षे झाली होती.

कॉंग्रेस कार्यकर्ता

इंग्लडवरून परत आल्यावरच जवाहरलाल नेहरू यांनी एक काँगद्रेस कार्यकर्ता म्हणून आपल्या राजकीय कारकिर्दीला सुरूवात केली. गांधीवादी जीवन तत्त्वज्ञानाचा नेहरूवर खूप प्रभाव होता. दीर्घकाळापासून ते ज्यांचा शोध घेत होते, ती दिशा त्यांना गांधीजीकडून मिळाली. नेहरू यांचे संपूर्ण कुटुंब गांधीवादी विचारसरणीचे होते. कुटुंबातील इतरांच्या तुलनेत जवाहरलाल नेहरू यांनी गांधीजींचे जीवन तत्त्वज्ञान खूप जवळून अनुसरले.

नेहरू यांनी संपूर्ण देशाचा दौरा केला. त्यांनी देशाच्या काना कोपऱ्यात गांधीवादी विचारसरणीचा प्रचार प्रसार केला. तसेच राष्ट्रीय आंदोलनात सहभाग घेतला. सामान्य जनतेत नेहरू खूप लोकप्रिय होते. प्रत्येक ठिकाणी ज्या उत्साहाने त्यांचे स्वागत झाले त्यावरून त्यांच्यात एक नवीन आत्मविश्वास जागृत झाला.

कॉंग्रेस अध्यक्ष म्हणून नेहरू

असहकार आंदोलनांनंतर नेहरूचे भारतीय राष्ट्रीय कॉंग्रेसमधील आगमन ही उल्लेखनीय घटना होती. १९२९ साली संपन्न झालेल्या लाहोर अधिवेशनात कॉंग्रेसच्या अध्यक्षपदी नेहरू यांची निवड होणे, हे एक चांगले पाऊल असल्याचे गांधीजींनी सांगितले.

नेहरू आणि स्वातंत्र्यपूर्व काँग्रेस

१९३० सालातील जास्तीत जास्त काळ नेहरू यांनी तुरूंगात घालविला. तिथे ते स्वातंत्र्य आंदोलन आणि काँग्रेस या दोन्हीपासून दूर होते. अर्थात तरीही आंदोलनाची दशा आणि दिशा यावर त्यांची करडी नजर होती. इकडे काँग्रेसमध्येही अंतर्विरोधाचे स्वर उमटू लागले होते. वेगळी विचारसरणी असलेल्या अनेक तुकड्यात तिचे विभाजन झाले होते. नेहरूंनी तुरुगांतून सुटल्यावर आपल्या संघटन कौशल्याचा वापर करून परस्पर विरोधी गटाना एकत्रित आणले.

स्वातंत्र्य आणि कंॉग्रेस

ब्रिटनमधील नवीन सरकार भारताच्या हाती सत्ता द्यायला तयार होते. ब्रिटिश सरकार आणि काँग्रेस अध्यक्ष जवाहरलाल नेहरू यांच्यात सतत बोलणी होत होती. त्यावेळी भारतात काँग्रेस हाच एकमेव मोठा आणि लोकप्रिय पक्ष होता.

१९४७ साली भारताला स्वातंत्र्य मिळाले. अर्थात स्वातंत्र्यातील अटी अपेक्षित स्वरूपाच्या नव्हत्या. भारतीय राष्ट्रीय कांग्रेसचे अध्यक्ष म्हणून नेहरू यांच्यासाठी ते एक कटू गोड सत्य होते. त्यावेळी नेहरूजी भारतीय राष्ट्रीय काँग्रेसचे अध्यक्ष

असल्यामळे पंतप्रधान पदासाठी ते आपोआपच योग्य पर्याय म्हणून समोर आले होते. १५ ऑगस्ट १९४७ रोजी पंडित जवाहरलाल नेहरू यांनी लाल किल्ल्यावरून आपले प्रसिद्ध भाषण 'ट्राईस्ट विथ डेस्टिनी' दिले. खरं तर त्यांच्यासमोरील समस्या अद्याप संपल्या नव्हत्या. स्वातंत्र्य मिळाल्यानंतर थोड्यात दिवसात महात्मा गांधी यांची हत्या करण्यात आली होती. त्यानंतर १९५० साली सरदार पटेल यांचेही निधन झाले होते. एक नवाजत राष्ट्राची धुरा त्याच्या कठीण आर्थिक परिस्थितीत हाकण्याची जबाबदारी नेहरू यांच्यावर येऊन पडली होती. त्यानंतर भारतीय राष्ट्रीय काँग्रेसमध्ये नेहरू यांच्या कामाचा दुसरा काळ सुरू झाला होता.

काँग्रेस आणि स्वातंत्र्यप्राप्तीनंतरचा काळ

ब्रिटिश सत्तेपासून देशाला स्वातंत्र्य मिळवून देणे हे भारतीय राष्ट्रीय काँग्रेसचे पहिले ध्येय होते. त्यासाठी ती पूर्णपणे वचनबद्ध होती. नेहरूजी त्याच्या पुढचा विचार करीत होते. देशातील अनेक महत्त्वाच्या समस्या सोडविण्यासाठी काँग्रेसच्या लोकप्रियतेचा वापर केला जाऊ शकतो, याची त्यांना जाणीव झाली होती.

नेहरूजी काँग्रेस पक्षासाठी आजीवन समर्पित राहिले. थोर

कॉंग्रेस नेत्यांत त्यांती गणना केली जाते. समर्पित कॉंग्रेस नेत्याशिवायही ते महत्त्वाचे अंतरराष्ट्रीय राजकीय धुरंधर नेते होते, ही गोष्ट जास्त महत्त्वाची होती.

नेहरू आणि गांधीजी

महात्मा गांधी आणि जवाहरलाल नेहरू हे दोघेही भारताच्या स्वातंत्र्य लढ्यातील महानायक होते. त्यांची पहिली भेट १९१६ साली लखनौ येथे आयोजित केलेल्या भारतीय राष्ट्रीय कॉंग्रेसच्या वार्षिक बैठकीत झाली. पहिल्या भेटीतच गांधीजीमुळे नेहरू खूप प्रभावित झाले होते. काळाच्या बरोबरीने नेहरू आणि गांधीजी यांच्यातील हे संबंध अधिक दृढ होत गेले.

ज्यांच्यात सर्व देश चालविण्याची अफाट क्षमता आहे, असा थोर नेता म्हणून महात्मा गांधी यांच्याकडे नेहरू पाहत होते. कोणत्याही क्षेत्रात काम करण्याची गांधीजींची योजना पाहून नेहरू खूप प्रभावित झाले होते. रॅलेट ॲक्टचा विरोध करण्यासाठी गांधीजींनी सुरू केलेल्या सत्याग्रह आंदोलनाचा नेहरूंवर खूप परिणाम झाला होता. ते इतके प्रभावित झाले होते की त्यांनी अतिशय उत्साहाने या आंदोलनात सहभागी होण्याची इच्छा व्यक्त केली होती.

१९२१ साली पहिल्यांदा नेहरू यांना अटक करून तुरुंगात पाठविण्यात आले होते. त्यानंतर ते अनेक वेळा तुरुंगात गेले. भारतीय स्वातंत्र्य आंदोलनासाठी समर्पित झालेल्या नेहरू यांनी स्वातत्र्य संग्रामाच्या काळात नऊ वर्षे तुरूंगात काढली. १९२३ साली दोन वर्षांसाठी नेहरू यांना काँग्रेसचे महासचीव म्हणून नियुक्त करण्यात आले होते. १९२७ साली पुन्हा एकदा दोन वर्षांसाठी त्यांची महासचिव म्हणून नियुक्ती करण्यात आली होती. गांधीजींची देख भाल आणि नेतृत्वाखालीच एक दक्ष नेता म्हणून नेहरू उदयास आले होते.

१९२९ साली गांधीजींच्या सहकार्यामुळेच नेहरू यांना भारतीय राष्ट्रीय काँग्रेसचे अध्यक्ष करण्यात आले होते. त्यानंतर सहा वेळा नेहरू भारतीय राष्ट्रीय काँग्रसचे अध्यक्ष राहिले होते.

१९४६ साली जवाहरलाल नेहरूच अंतरिम सरकार स्थापन करण्याचा विचार घेऊन ब्रिटिश सरकारला भेटण्यासाठी गेले होते. स्वांतत्र्य मिळण्याच्या आधी देश एक संक्रमणातून जात होता. अंतरिम सरकारची योजना त्या काळात सरकारी व्यवस्था सुयोग्य करण्यासाठी होती.

सक्रिय राजकारणापासून गांधीजींनी निवृत्ती स्वीकारल्यानंतर नेहरूजीच पक्षाचे सर्वेसर्वा झाले होते. पक्षांतर्गत होणाऱ्या प्रत्येक हालचालीची पूर्ण जबाबदारी त्यांनी आपल्या शिरावर घेतली होती.

नेहरूजी महात्मा गांधी यांचा खूप आदर करीत असत. त्यांचे वैयक्तिक, सामाजिक आणि राजकीय जीवन खूप मोठ्या प्रमाणात गांधीजीमुळे प्रभावित झाले होते. त्यांच्या मृत्यूनंतर राष्ट्राला उद्देशून त्यांनी आपले दुःख व्यक्त केले होते. भारताने आपला सर्वात थोर नेत गमावल्याचे त्यांना जाणवले होते. गांधीजी आणि नेहरू यांच्या संबंधात चांगले वाईट दोन्हीही काळ होते. असे असले तरीही या दोन नेत्यांत असलेली आत्मियता दुसऱ्या नेत्यात मत्सराची भावना निर्माण करीत असे.

प्रकाश विझून गेला

३० जानेवारी १९४८ रोजी महात्मा गांधी यांची हत्या करण्यात आली. ही बातमी जवाहरलाल नेहरू यांना कळाल्याबरोबर ते लगेच बिर्ला हाऊस येथे पोहचले. त्यांनी आपली मान खाली घातली आणि ते लहान मुलासारखे हुदके देऊ लागले. लवकरच त्यांनी आपल्या भावनांवर नियंत्रण मिळविले. दुःखाच्या त्या कठीण समयी त्यांनी राष्ट्राला उद्देशून भाषण केले.

"माझ्या प्रिय देशवासीयांनो, आपल्या सर्वांच्या जीवनातून आज़ प्रकाझ विझून गेला आहे. चहुकडे अंधार पसरला आहे. प्रकाश विझला असल्याचे मी म्हणालो. मग मी चुकीचे म्हणालो. कारण या देशाला दाखविण्यात आलेला प्रकाश सामान्य

स्वरूपाचा प्रकाश नव्हता. हा प्रकाश तात्कालिक स्वरूपाचा नव्हता. हा कधीही न संपणारा प्रकाश आहे. त्याने आपल्याला योग्य मार्गावरून चालायला शिकविले आहे. आपल्यातील चुका दूर केल्या आणि या प्राचीन राष्ट्राला स्वातंत्र्य मिळवून दिले आहे. आपल्याला मोठ्या गोष्टींची आठवण ठेवायला लावण्यासाठी ही दुर्घटना हा एक मोठा संकेत आहे. आपल्याला बारीक सारीक गोष्टी विसरून जाव्या लागतील. आपण आधीच त्याचा सतत विचार करून आपला वेळ वाया घालविला आहे. आपल्या निधनाने त्यांनी आपल्याला जीवनातील मोठ्या गोष्टी , कधीही न संपणारे सत्य अवगत करून दिले आहे. आपण तेवढेच एक लक्षात ठेवू शकलो तर भारतवर्षासाठी ती सर्वाधिक चांगली बाब आहे."

पहिल्या स्वातंत्र्यदिनी नेहरूंचा संदेश

स्वतंत्र भारताचे पहिले पंतप्रधान पंडित जवाहरलाल नेहरू एक चांगले वक्ता होते. त्यांच्या भाषणात लोकांना प्रभावित करण्याची क्षमता होती. ते खूप विद्वान होते. जनतेची नाडी ओळखणे त्यांना जमत होते. स्वातंत्र्य दिनाच्या निमित्ताने 'देशासाठी नेहरूंचा संदेश' १४ ऑगस्ट १९४७ ला देण्यात आला. त्या भाषणातून त्यांनी रार्ष्ट निर्माणासाठी सामान्य जनतेला प्रेरीत केले. स्वातंत्र्यापूर्वी भारतीय समाजात निरक्षरता, गरिबी,

अनारोग्य या गोष्टी एखाद्या कुप्रथेसारख्या रुजल्या होत्या. नेहरूंच्या भाषणात या सामाजिक वाईट गोष्टीना उखडून फेकण्याचे आवाहन होते. भारताला एका फळणाऱ्या फुलणाऱ्या देशात बदलण्याचा जोश होता.

आपल्या संदेशात नेहरू यांनी सर्व लोकांना राष्ट्र निर्माणासाठी सक्रिय सहभाग घेण्याचे आवाहन केले होते. राष्ट्रीय नेत्यांवर लोकांनी विश्वास टेवावा आणि दाखवावा, अशी विनंतीही त्यांनी केली. या नेत्यांवर देशाला पुढे नेण्याची जबाबदारी आहे. नेहरूंच्य या भाषणात स्वातंत्र्याच्या संकल्पनेवर जोर देण्यात आला होता.

नेहरूंनी या भाषणात राष्ट्रपिता महात्मा गांधी यांचाही उल्लेख केला होता. ब्रिटिश सरकारपासून स्वातंत्र्य मिळविण्यासाठी आपल्या प्राणांचे बलिदान करणाऱ्या सर्व स्वातंत्र्य सैनिकांनाही त्यांनी श्रद्धांजली अपर्णण केली होती. देशाच्या फाळणीमुळे काही लोकांना सहन कराव्या लागणाऱ्या त्रास आणि वेदनांचाही त्यांनी उल्लेख केला होता. भारताचे भवितव्य आशादायी व्हावे यासाठी सुरूवातीच्या सर्व समस्यांशी झुंजण्यासाठी त्यांनी सामान्य जनतेला प्रेरीत करण्याचे कामही आपल्या भाषणातून केले.

आपल्या भाषणाच्या अखेरीस नेहरू यांनी भारत मातेला श्रद्धांजली अर्पण केली. कोणत्याही परिस्थितीत आपण भारत मातेला सुरक्षित ठेवणार असल्याची त्यांनी शपथ घेतली. त्यांनी सर्व देशवासीयांनी एकजूट होऊन मातृभूमीची सेवा करायला सांगितले.

INDIAN INTITUTE
OF TCHNO

पंतप्रधान नेहरू

पंडित जवाहरलाल नेहरू भारताचे पहिले पंतप्रधान होते. ते १५ ऑगस्ट १९४७ रोजी पंतप्रधान झाले. ते पंतप्रधान झाल्यावर सुरूवातीच्या काळात जातीय दंगली भडकल्या.

नेहरूंना इच्छा नसतानाही एक नवीन देश म्हणून पाकिस्तानला स्वीकारावे लागले. मुस्लिम लिगचे नते मुहम्मद अली जिना यांची पाकिस्तान निर्माण व्हावे, अशी इच्छा होती. त्यामुळे त्यावर शिक्का मोर्तब करणे, ही नेहरूची मजबुरी होती.

त्यांनी दंगलग्रस्त भागाचा दौरा करून स्फोटक परिस्थिती शांत करण्याचा प्रयत्न केला. त्यांनी भारतीय मुस्लिमांची सुरक्षा करण्यासाठी प्रभावी पाऊले उचलली.

नेहरू यांनी विशेष आर्थिक सुधारणा करण्याचे धोरण तयार केले आणि भारतात योजना आयोगाची स्थापना केली. भारतीय अर्थव्यवस्थेतील पंचवार्षिक योजना ही या आयोगाचीच देणगी आहे. पंतप्रधान नेहरू यांचे आर्थिक धोरण ग्रामीण भागावर केंद्रित होते.

नेहरूजी हे असे एक धोरण निर्माते आहेत ज्यांनी भारतीय अर्थव्यवस्थेत कुटीर उद्योगाचे महत्त्व जाणून घेतले. त्यांच्या कार्यकाळात अनेक शैक्षणिक आणि सामाजिक सुधारणा झाल्या.

उच्च शिक्षणासाठी आय.आय.टी, आय.आय.एम आणि एम्स सारख्या उच्च गुववत्तेच्या संस्थांची त्यांनी स्थापना केली. त्यामध्ये त्यांची भूमिका महत्त्वाची होती. त्यांनी प्राथमिक शिक्षण सक्तीचे केले. तसेच प्राथमिक शिक्षण मोफतही केले. त्याशिवाय त्यांनी प्रोढ शिक्षण केंदही सुरू केले.

पंतप्रधान म्हणून नेहरूचे अखेरचे दिवस

पंतप्रधान म्हणून नेहरू यांचे अखेरचे दिवस अनेक प्रकारच्या राजकीय समस्यांनी भरलेले होते. या काळात त्यांनी आपली मुलगी इंदिरा गांधी हिला राजकीय क्षेत्रात पुढे आणण्यावर भर दिला. नंतर इंदिरा गांधी भारताच्या पहिल्या पंतप्रधान झाल्या. १९६२ साली त्यांच्या पंतप्रधान पदाच्या अखेरच्या काळात चीनने भारतावर भंयकर असे आक्रमण केले.

समाज सुधारक

स्वतंत्र भारतातील लोकशाहीत जवाहरलाल नेहरू यांनी समाज सुधारणेची प्रक्रिया सुरू केली. त्यांनी समजाला पोखरून टाकणाऱ्या जातीयवादी प्रथेला उखडून फेकण्यासाठी अनेक निर्णायक पाऊले उचलली. त्यांनी भारतातील कायदा व्यवस्था सुधारण्यावर भर दिला. त्यांनी असे काही कायदे लागू केले की त्यामुळे जातीच्या

आधारावर करण्यात येणारा भेद भाव बेकायदेशीर ठरविला. तसेच असे करणाऱ्यांना शिक्षा देण्याची तरतूदही या कायद्यात करण्यात आली.

भारतातील सामान्य जनतेचा बौद्धिक विकास होणे महत्त्वाचे असल्याचे ज्या नेत्यांनी लक्षात घेतले होते, अशा नेत्यांपैकी नेहरू एक होते. त्यांनी फक्त विज्ञान हा विषय शिकविण्यावरच भर दिला नाही तर त्याचा व्यवहार्य उपयोग करण्यावरही भर दिला. त्यांनी व्यवसायिक शिक्षणाचे महत्त्व ओळखले होते. लोकांना त्याचे शिक्षण मिळावे, यासाठीही त्यांनी पाऊले उचलली. अत्यंत प्रतिष्ठेच्या अशा आय.आय़.टी.ची स्थापना ही त्यांच्या पंतप्रधान काळातील देणगी आहे.

ज़वाहरलाल नेहरू त्या काळात जन्माला आले होते, जेव्हा पोस्ट हेच एकमेव परस्पर संवादाचे माध्यम होते. काही उच्च वर्गीय लोकांकडेच फक्त फोन होता. सरकारी इस्पितळांची संख्या खूप कमी होती. ग्रामीण भारतीय लोक गरिबी आणि दारिद्र्यात जगत होते.

शिक्षणाच्या आघाडीवर

नेहरू यांनी अनेक शाळांची निर्मिती आणि तिथे शिक्षणाची सुरूवात केली. या शाळांमधून ग्रामीण भागातील मुलांना प्राथमिक आणि माध्यमिक शिक्षण दिले जात होते. अशा शाळा भारतभर

पसरल्या होत्या. प्राथमिक शिक्षण मोफत दिले जात होते.

सरकारी शाळांमधून विद्यार्थ्यांना मोफत जेवणही पुरविले जात होते. मोफत जेवण देण्याची नेहरूंची योजना यशस्वी झाली. खरं तर ही गोष्ट त्यांच्या लक्षात चांगल्या प्रकारे आली होती, की मोफत जेवण सुरू करून ग्रामीण भागातील मुलांना शिक्षणाकडे आकर्षित केले जाऊ शकते.

जवाहरलाल नेहरू यांनी प्रौढांसाठी व्यवसायिक शाळांची स्थापना केली. ग्रामीण आणि शहरी अशा दोन्ही भागत प्रौढ शिक्षण केंद्र सुरू करण्यात आली. उच्च तांत्रिक शिक्षणाच्या शाळाही सुरू करण्यात आल्या.

महिलांचे कायदेशीर अधिकार

भारतीय लोकशाही हा दाट लोकवस्ती असलेला देश आहे. यात जवळपास निम्मी संख्या महिलांची आहे. राष्ट्रीय पातळीवर होणाऱ्या सर्व निवडणुकीत महिलांना मतदानाचा अधिकार देणारा कायदा पंडित नेहरू यांनी लागू केला. भारतीय महिलांना सामाजिक स्वातंत्र्य बहाल करण्यासाठी त्यांनी काही कायदे तयार केले. नेहरूंच्या पंतप्रधानपदाच्या कालावधीत महिलांना पहिल्यापेक्षा किती तरी जास्त कायदेशीर अधिकार देण्यात आले.

SCHOOL

आरक्षण

नेहरू यांनी सरकारी नोकऱ्यात फक्त आरक्षण देण्याचे धोरणच स्वीकारले नाही, तर त्याला समर्थनही दिले. सरकारी नोकऱ्यात त्यांनी अनुसूचित जाती आणि अनुसूचित जमातीच्या उमेदवारांसाठी एक विशेष कोटा राखून ठेवण्यात आला. भारतातील खालच्या वर्गातील लोकांना मुख्य प्रवाहात आणण्याचा उद्देश होता. आधुनिक भारतीय लोकशाहीत पंडित नेहरू यांच्या सामाजिक सुधारणांची झलक पहायला मिळते.

नेहरूंचे औद्योगिक धोरण

ज़वाहरलाल नेहरू यांनी आपल्या आर्थिक धोरणातून देशातील ग्रामीण आणि शहरी भागात संतुलन स्थापन करण्याचा प्रयत्न केला. या दोन्हीत काहीही विरोधाभास नसून दोघेही हातात हात घालून चालत असल्याचे त्यांनी सांगितले. त्यांनी अनेक वर्षांपासून चालत आलेला गाव आणि शहरातील विरोधाभास नाकारला आणि हे दोघे एकसाथ चालत असल्याचे सांगितले. नेहरूजींनी धरण बांधण्याला देशाच्या सामुहिक विकासाचे लक्षण म्हणून महत्त्व दिले. धरणामुळे आपण एकाच ठिकाणी औद्योगिक, इंजिनिअरिंग आणि कृषी याचे एकत्रित रूप पाहू शकतो.

नेहरू आणि अलिप्ततावाद

नेहरूंच्या अलिप्ततावादी धोरणामुळे अंतरराष्ट्रीय पातळीवर भारताला खूप मोठी प्रतिष्ठा मिळाली. नवोदित स्वतंत्र राष्ट्रांनी या मुद्यावर भारताला जोरदार पाठिंबा दिला. खरं तर भारताबरोबरच या देशांनाही महाशक्तींमधील सैनिकी कारवाई आणि आधीपासून सुरू असलेल्या अनौपचारिक शक्तीची स्पर्धा याची खूप चिंता पडली होती.

आपण अशियायी असल्याचा त्यांना अभिमान होता. आशियायी देशांनी आपल्या राजकीय भवितव्याचे स्वतः निर्माते व्हावे, अशी त्यांची इच्छा होती. तसेच पाश्चात्य शक्तींपासून प्रेरणा घेण्याची त्यांना काही आवश्यकता नसल्याचे त्यांनी सागिंतले.

आंतरराष्ट्रीय बंधुभावावर नेहरूंचा ठाम विश्वास होता. याच कारणामुळे त्यांनी भारताला कॉमनवेल्थ देश म्हणून राहण्यास मान्यता दिली होती.

पंचशील सिद्धांत

१९५४ साली चीनचे पंतप्रधान जोऊ एनलाई यांनी भारताचा दौरा केला. भारतात त्यांचे जोरदार स्वागत करण्यात आले. अर्थात तिबेट प्रकरणी खूप दीर्घकाळापासून चर्चा सुरू

होती तसेच येथील सीमा प्रकरणी भारताने सजगता व्यक्त केली होती. या कराराची प्रस्तावना अतिशय महत्त्वाची होती. हा करार सर्वांनी स्वीकारला होता आणि सर्व जगात हा करार 'पचशील' या नावाने ओळखला जातो. 'पंचशील' म्हणजे शांततेचे पाच सिद्धांत. जे खालील प्रमाणे आहेत,

१. परस्परांची विभागीय एकता आणि सार्वभौमत्वाचा परस्पर सन्मान.

२. परस्पर अनाक्रमण वागणूक

३. एक दुसऱ्याच्या अतंर्गत प्रकरणात हस्तक्षेप न करणे.

४. समानता आणि परस्पर लाभ.

५. शांततेने एकत्र राहण्याची परस्पर जबाबदारी.

भारताने व्यापार आणि तीर्थाबाबतचे काही अधिकार सोडून दिले होते. त्यानंतर ऑक्टोबर १९५४ मध्ये नेहरूंनी चीनचा दौरा केला. चीननंतर त्यांनी व्हिएतनाम आणि इंडोनेशियाचाही दौरा केला. प्रत्येक ठिकाणी त्यांनी शांततेचा संदेश दिला.

नेहरू आणि चीन

भारत आणि चीन यांच्यात चांगले परस्पर संबंध असावेत अशी नेहरूची भूमिका होती. १९५४ मध्ये नवी दिल्ली आणि

पेकिंग यांच्यात झालेला पंचशील करार, हा त्यांच्या शांततामय वागण्याचाच परिणाम होता. अर्थात १९५५ नंतरच चीनने भारताच्या काही सीमावर्ती भागात प्रेट्रोलिंग सुरू केले होते. दिल्लीत ही समस्या शांततामय पद्धतीने सोडविण्यासाठी प्रयत्न सुरू होते. नेहरूच्या काळात भारताचे असेच प्रयत्न राहत असत की ते एका वेळी एक मुद्दा उपस्थित करून त्यावर बोलणी करीत असत. दोन्ही देशांतील तणाव वाढला होता. अशा प्रकारचा तणाव वाढलेला असतानाच चीनने १९६२च्या सुमारास मोठ्या प्रमाणात घुसखोरी सुरू केली. हा फक्त नेहरूंसाठीच नाही तर अंतरराष्ट्रीय पातळीवर जोरदार झटका होता. भारतीय सैन्य या युद्धासाठी सज्ज नव्हते आणि त्यांच्याकडे पुरेशी शस्त्रास्त्रेही नव्हती. नेहरूंनी 'पंचशील' वर आपली सर्व निष्ठा व्यक्त केली होती आणि ते त्यावर ठाम होते. अंतरराष्ट्रीय दबाव आणि संताप यामुळे चीनला माघार घ्यावी लागली. नेहरूंनी अंतरराष्ट्रीय धोरणावर अखेरचा परिणामकारक फटका लगावला. त्यांनी सैनिकी पराभवाला भारताच्या नैतिक विजयात रुपांतरीत केले.

आराम हराम आहे

नेहरू यांनी फक्त एकच घोषणा दिली, 'आराम हराम आहे.' त्यांनी प्रत्येक प्रसंगी हीच घोषणा दिली. ते फक्त असे सांगतच

नव्हते तर ते स्वतःही रोज २० तास काम करीत असत. त्यांच्यासमोर रोज शेकडो राष्ट्रीय आणि अंतरराष्ट्रीय समस्या असत. पण एक व्यक्ती जी सतत विकासाच्या मार्गावर पुढे वाटचाल करीत होती, त्याच्यासाठी आराम करणे अवघड होते.

नेहरूंचे अखेरचे दिवस

पंडित जवाहरलाल नेहरू यांचे करिअर रेकॉर्ड खूप चांगले आहे. पण तरीही त्यांच्या पंतप्रधानपदाच्या कालावधीतील अखेरची आठ वर्षे फारशी यशस्वी समजली जाऊ शकत नाहीत. या काळात देश अंतर्गत आणि बाह्य अशा दोन्ही प्रकारच्या समस्यांशी संघर्ष करीत होता.

८ जानेवारी १९६४ रोजी नेहरू यांना हृदय विकाराचा झटका आला. याने त्यांना शारीरिक पातळीवर अतिशय वाईटरित्या कमकुवत करून टाकले. बऱ्याच लोकांनी यावेळी त्यांना पंतप्रधान पदाचा राजिनामा देण्याचा सल्ला दिला. पण त्यांनी असे करायला नकार दिला. गंभीर आजारी असतानाही १० फेब्रुवारी रोजी नेहरू संसदेत गेले. तिथे त्यांना पाहून हे स्पष्टपणे जाणवत होते, की त्यांना बरे वाटत नाही. पण तरीही त्यांनी आपल्याला बरे वाटत नसल्याचे मान्य केले नाही. काही

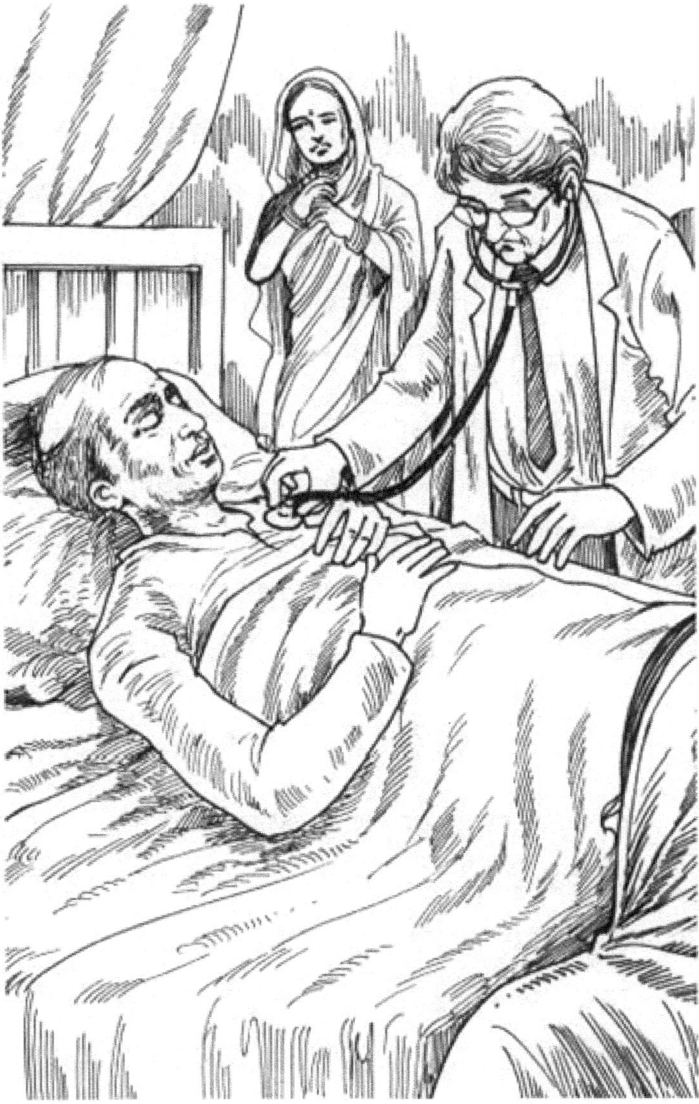

महिन्यानंतर त्यांच्या प्रकृतीत सुधारणा झाली. कॉंग्रेसचे लोक आनंदी होते, की आता त्यांचा नेता परत पॉवरमध्ये आला. पण दुर्दैवाने २७ मे रोजी ते पुन्हा गभीर आजारी पडले. ते खूप वेदना सहन करीत होते. त्यांना खूप अस्वस्थ वाटत होते. लगेच डॉक्टरांना पाचारण करण्यात आले. डॉक्टरांनी नातेवाईकांना सांगून टाकले की त्यांना वाचविण्यासाठी आता काही केले जाऊ शकत नाही. त्याच दिवशी दुपारी १ वाजून ४४ मिनिटांनी नेहरूनी अखेरचा श्वास घेतला. हा एका थोर आणि आशादायी व्यक्तिमत्वाचा अंत होता. ज्याने फक्त राजकीय आणि सामाजिक क्षेत्रातच नाही तर व्यवसायिक क्षेत्रातही उत्कृष्ट काम केले होते. त्या दिवशी भारताने एक महान नेता गमावला. आजही संकटाच्या वेळी ते आपल्यात असल्याचे आपल्याला जाणवते.

जवाहरलाल यांचे मृत्यूपत्र

पंडित जवाहरलाल नेहरू थोर राष्ट्रवादी, गांधीवादी आणि देशभक्त नेते होते. त्यांच्यातील राष्ट्रशक्तीचे एक उदाहरण त्यांच्या मृत्यूपत्रातून अशा प्रकारे व्यक्त होते,

"वारसा म्हणून मिळालेल्या भारतातील अमूल्य संपत्तीचा मला गौरव वाटतो. मी भारताच्या अभ्युदय इतिहासाची

आतापर्यंत चालत आलेल्या सखळीची एक कडी आहे. जसे आपण सर्व आहोत, तसाच मीही आहे. मी ही साखळी तोडणार नाही कारण मला ती सांभाळून ठेवायची आहे आणि त्यापासून प्रेरणा घेत आलो आहे. भारताच्या सांस्कतिक पंरपरेला मी माझी अखेरची श्रद्धांजली अशा प्रकारे देऊ इच्छितो, माझी विनंती आहे, की माझ्या राखेचा काही भाग अलाहाबाद येथील गंगेत विसर्जित करण्यात यावा. कारण ही ंगंगा भारताचे किनारे स्वच्छ करून महासागरात विलिन होते.

माझी दुसरी इच्छा अशी आहे, की विमानातून माझी राख अतिशय उंचीवर नेण्यात यावी आणि ज्या शेतात भारतीय शेतकरी राबतो, त्या शेतात टाकावी. त्यामुळे ती भारताच्या धूळ मातीचा एक भाग होईल, जो कधीही वेगळा होणार नाही.”

– जवाहरलाल नेहरू

■■